ਐਲਫ਼ੀ ਦੇ ਫ਼ਰਿਸ਼ਤੇ

ALFIE'S ANGELS

In memory of Alfons,
who taught me about angels. H.B.

For Mum, Dad and Daniel,
for your support and encouragement. S.G.

First published 2003 by Mantra
5 Alexandra Grove, London N12 8NU
www.mantralingua.com

Text copyright © 2003 Henriette Barkow
Illustrations copyright © 2003 Sarah Garson

British Library Cataloguing in Publication Data:
a catalogue record for this book is available
from the British Library.

ਐਲਫ਼ੀ ਦੇ ਫ਼ਰਿਸ਼ਤੇ

Alfie's Angels

Henriette Barkow

Sarah Garson

mantra

ਐਲਫ਼ੀ ਫ਼ਰਿਸ਼ਤਾ ਬਣਨਾ ਚਾਹੁੰਦਾ ਸੀ।
ਉਹਨੇ ਕਿਤਾਬਾਂ ਵਿਚ ਫ਼ਰਿਸ਼ਤੇ ਦੇਖੇ ਸਨ।

Alfie wanted to be an angel.
He'd seen them in his books.

ਉਹਨੇ ਸੁਪਨਿਆਂ ਵਿਚ ਫ਼ਰਿਸ਼ਤੇ ਦੇਖੇ ਸਨ।

He'd seen them in his dreams.

ਫ਼ਰਿਸ਼ਤਿਆਂ ਕੋਲ ਖੰਭ ਹੁੰਦੇ ਹਨ ਅਤੇ ਫ਼ਰਿਸ਼ਤੇ ਉੜ ਸਕਦੇ ਹਨ।
ਐਲਫ਼ੀ ਖੰਭ ਲੈਣਾ ਚਾਹੁੰਦਾ ਸੀ ਤਾਕਿ ਉਹ ਉੜ ਕੇ ਸਮੇਂ ਸਿਰ
ਸਕੂਲ ਪਹੁੰਚ ਸਕੇ।

Angels have wings and angels can fly.
Alfie wanted wings so he could fly to
school on time.

ਫ਼ਰਿਸ਼ਤੇ ਨੱਚ ਸਕਦੇ ਹਨ, ਅਤੇ ਬੜੀ ਮਿੱਠੀ ਆਵਾਜ਼ ਵਿਚ ਗਾ ਸਕਦੇ ਹਨ।
ਐਲਫ਼ੀ ਗਾਉਣਾ ਚਾਹੁੰਦਾ ਸੀ ਤਾਕਿ ਉਹ ਗਾਇਨ ਮੰਡਲੀ ਵਿਚ ਸ਼ਾਮਿਲ ਹੋ ਸਕੇ।

Angels can dance, and sing in beautiful voices.
Alfie wanted to sing so that he could be in the choir.

ਅੱਖ ਦੀ ਦੇਖ ਸਕਣ ਦੀ ਰਫ਼ਤਾਰ ਤੋਂ ਵੱਧ ਰਫ਼ਤਾਰ 'ਤੇ ਫ਼ਰਿਸ਼ਤੇ ਜਾ ਸਕਦੇ ਹਨ।

Angels can move faster than the eye can see.

ਐਲਫ਼ੀ ਤੇਜ਼ ਰਫ਼ਤਾਰ 'ਤੇ ਚੱਲਣਾ ਚਾਹੁੰਦਾ ਸੀ ਤਾਕਿ ਉਹ ਵੱਧ ਗੋਲ ਕਰ ਸਕੇ।

Alfie wanted to move faster so that he could score more goals.

ਫ਼ਰਿਸ਼ਤੇ ਹਰ ਸ਼ਕਲ ਦੇ ਹੁੰਦੇ ਹਨ...

Angels come in all shapes...

ਅਤੇ ਹਰ ਸਾਈਜ਼ ਦੇ ਵੀ,

...and sizes,

ਅਤੇ ਉਹ ਸਭ ਤੋਂ ਵੱਧ ਹੈਰਾਨ ਕਰਨ
ਵਾਲੇ ਕੰਮ ਕਰ ਸਕਦੇ ਹਨ।

and they can do the most amazing things.

ਐਲਫ਼ੀ ਫ਼ਰਿਸ਼ਤਾ ਬਣਨਾ ਚਾਹੁੰਦਾ ਸੀ।

Alfie wanted to be an angel.

ਉਹਨੇ ਕਿਤਾਬਾਂ ਵਿਚ ਫ਼ਰਿਸ਼ਤੇ ਦੇਖੇ ਸਨ।
ਉਹਨੇ ਸੁਪਨਿਆਂ ਵਿਚ ਫ਼ਰਿਸ਼ਤੇ ਦੇਖੇ ਸਨ।

He'd seen them in his books.
He'd seen them in his dreams.

ਹੁਣ ਸਾਲ ਵਿਚ ਇਕ ਵਾਰ ਬੱਚੇ ਫ਼ਰਿਸ਼ਤੇ ਬਣ ਸਕਦੇ ਹਨ।
ਟੀਚਰ ਉਹਨਾਂ ਨੂੰ ਚੁਣਦੇ ਹਨ।
ਮਾਪੇ ਉਹਨਾਂ ਨੂੰ ਕੱਪੜੇ ਪੁਆਉਂਦੇ ਹਨ।
ਸਾਰਾ ਸਕੂਲ ਉਹਨਾਂ ਨੂੰ ਦੇਖਦਾ ਹੈ।

Now once a year children can be angels.
The teachers choose them.
The parents dress them.
The whole school watch them.

1970
1982
2002

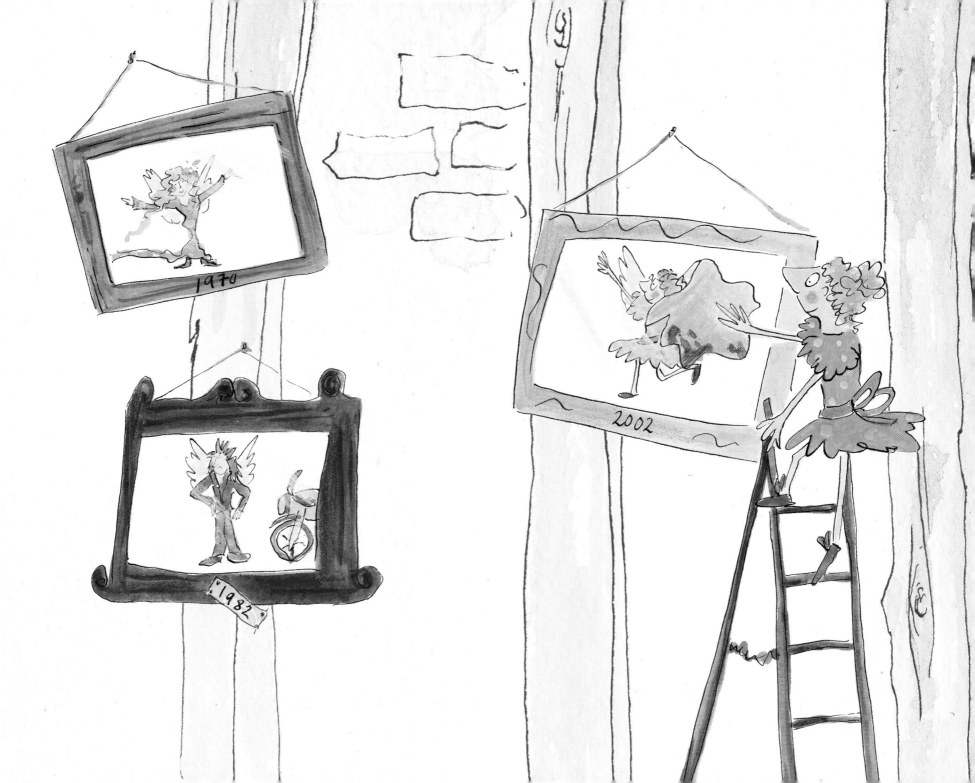

ਐਲਫ਼ੀ ਦੀ ਟੀਚਰ ਸਦਾ ਕੁੜੀਆਂ ਨੂੰ ਚੁਣਦੀ ਹੈ।   Alfie's teacher always chose the girls.

ਸਭ ਤੋਂ ਸੁਹਣੀਆਂ ਕੁੜੀਆਂ ਨੂੰ। ਜਿਹਨਾਂ ਕੁੜੀਆਂ ਦੇ ਵਾਲ ਸਭ ਤੋਂ ਵੱਧ ਲੰਮੇ ਹੁੰਦੇ ਹਨ। ਜਿਹਨਾਂ ਕੁੜੀਆਂ ਦੀਆਂ ਅੱਖਾਂ ਸਭ ਤੋਂ ਵੱਡੀਆਂ ਹੁੰਦੀਆਂ ਹਨ ਅਤੇ ਮੁਸਕਾਨ ਸਭ ਤੋਂ ਸਭ ਤੋਂ ਵੱਧ ਮਿੱਠੀ ਹੁੰਦੀ ਹੈ।

The prettiest girls. The girls with the longest hair.
The girls with the biggest eyes,
and the sweetest smiles.

ਪਰ ਐਲਫ਼ੀ ਫ਼ਰਿਸ਼ਤਾ ਬਣਨਾ ਚਾਹੁੰਦਾ ਸੀ।
ਉਹਨੇ ਕਿਤਾਬਾਂ ਵਿਚ ਫ਼ਰਿਸ਼ਤੇ ਦੇਖੇ ਸਨ।
ਉਹਨੇ ਸੁਪਨਿਆਂ ਵਿਚ ਫ਼ਰਿਸ਼ਤੇ ਦੇਖੇ ਸਨ।

But Alfie wanted to be an angel.
He'd seen them in his books.
He'd seen them in his dreams.

Henrie
Alfie
Sarah

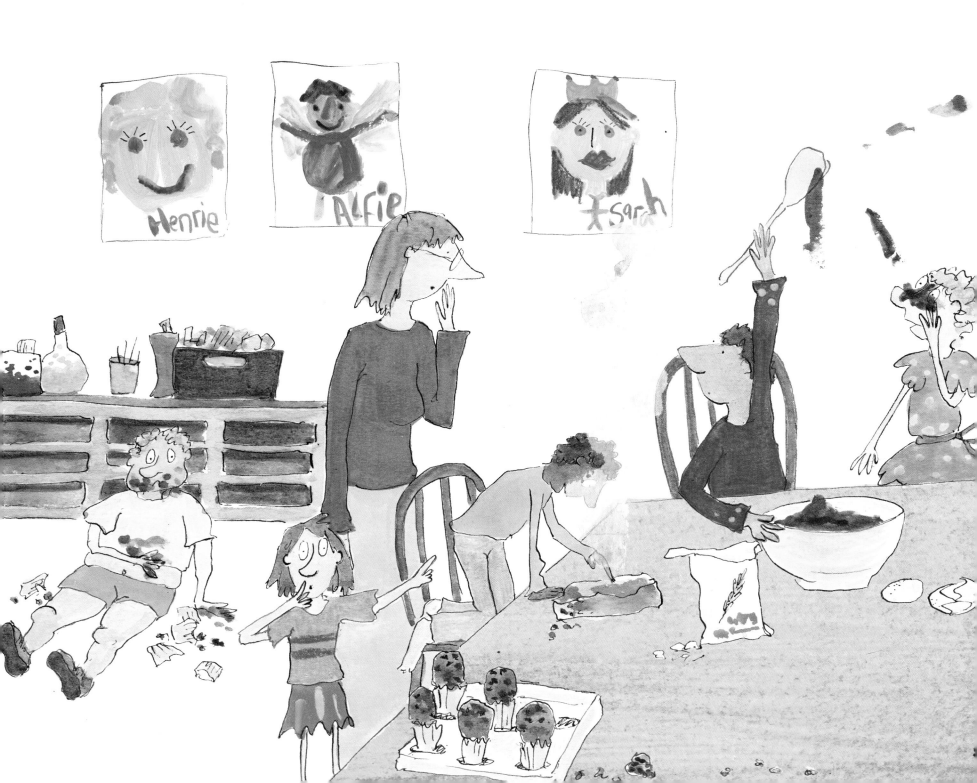

ਜਦ ਟੀਚਰ ਨੇ ਪੁੱਛਿਆ, "ਕੌਣ ਫ਼ਰਿਸ਼ਤਾ ਬਣਨਾ ਚਾਹੁੰਦਾ ਹੈ?"
ਤਾਂ ਐਲਫ਼ੀ ਨੇ ਹੱਥ ਖੜ੍ਹਾ ਕਰ ਦਿੱਤਾ।

When the teacher asked, "Who wants to
be an angel?"
Alfie put up his hand.

ਕੁੜੀਆਂ ਹੱਸੀਆਂ। ਮੁੰਡਿਆਂ ਨੇ ਖੀਂ ਖੀਂ ਕੀਤੀ।

The girls laughed. The boys sniggered.

ਟੀਚਰ ਘੂਰਨ ਲੱਗੀ। ਟੀਚਰ ਨੇ ਸੋਚ ਕੇ ਕਿਹਾ,
"ਐਲਫ਼ੀ ਫ਼ਰਿਸ਼ਤਾ ਬਣਨਾ ਚਾਹੁੰਦਾ ਹੈ? ਪਰ ਸਿਰਫ਼ ਕੁੜੀਆਂ
ਹੀ ਫ਼ਰਿਸ਼ਤੇ ਹੁੰਦੀਆਂ ਹਨ।"

The teacher stared. The teacher thought and
said, "Alfie wants to be an angel? But only
girls are angels."

ਐਲਫ਼ੀ ਨੇ ਹੌਲੀ ਜਿਹੀ ਸਿਰ ਹਿਲਾਇਆ,
ਅਤੇ ਉਹਨੇ ਆਪਣੀ ਟੀਚਰ ਨੂੰ ਫ਼ਰਿਸ਼ਤਿਆਂ ਬਾਰੇ ਸਭ ਕੁਝ ਦੱਸਿਆ।

Alfie slowly shook his head,
and he told his teacher all about the angels.

ਕਿ ਉਹਨੇ ਕਿਵੇਂ ਕਿਤਾਬਾਂ ਵਿਚ ਫ਼ਰਿਸ਼ਤੇ ਦੇਖੇ ਸਨ।
ਕਿ ਉਹਨੇ ਸੁਪਨਿਆਂ ਕਿਵੇਂ ਵਿਚ ਫ਼ਰਿਸ਼ਤੇ ਦੇਖੇ ਸਨ।

How he'd seen them in his books.
How he'd seen them in his dreams.

ਜਿੰਨਾ ਜ਼ਿਆਦਾ ਐਲਫ਼ੀ ਬੋਲੀ ਗਿਆ ਉਂਨੇ ਹੀ ਜ਼ਿਆਦਾ ਧਿਆਨ ਨਾਲ ਪੂਰੀ ਕਲਾਸ ਉਹਦੀ ਗੱਲ ਸੁਣਦੀ ਰਹੀ।

And the more Alfie spoke,
the more the whole class listened.

ਕੋਈ ਹੱਸਿਆਂ ਨਹੀਂ ਅਤੇ ਕਿਸੇ ਨੇ ਵੀ ਖੀਂ ਖੀਂ ਨਹੀਂ ਕੀਤੀ,
ਕਿਉਂਕਿ ਐਲਫ਼ੀ ਫ਼ਰਿਸ਼ਤਾ ਬਣਨਾ ਚਾਹੁੰਦਾ ਸੀ।

Nobody laughed and nobody sniggered,
because Alfie wanted to be an angel.

ਹੁਣ ਸਾਲ ਦਾ ਉਹ ਸਮਾਂ ਆ ਗਿਆ ਜਦ ਬੱਚੇ ਫ਼ਰਿਸ਼ਤੇ ਬਣ ਸਕਦੇ ਸਨ।
ਟੀਚਰ ਨੇ ਉਹਨਾਂ ਨੂੰ ਸਿਖਾਇਆ। ਮਾਪਿਆਂ ਨੇ ਉਹਨੂੰ ਕੱਪੜੇ ਪੁਆਏ।
ਜਦ ਉਹ ਗਾ ਅਤੇ ਨੱਚ ਰਹੇ ਸਨ ਤਾਂ ਸਾਰੇ ਸਕੂਲ ਨੇ ਉਹਨਾਂ ਨੂੰ ਦੇਖਿਆ।

Now it was that time of year
when children could be angels.
The teachers taught them.
The parents dressed them.
The whole school watched
them while they sang
and danced.

ਐਲਫ਼ੀ ਫ਼ਰਿਸ਼ਤਾ ਸੀ!

Alfie was an angel!